First Picture Dictionary
Animals
ਪਹਿਲੀ ਤਸਵੀਰੀ ਡਿਕਸ਼ਨਰੀ
ਜਾਨਵਰ

Pig
ਸੂਰ

Rabbit
ਖਰਗੋਸ਼

Butterfly
ਤਿਤਲੀ

Fox
ਲੂੰਬੜੀ

Illustrated by Anna Ivanir

www.kidkiddos.com
Copyright ©2025 by KidKiddos Books Ltd.
support@kidkiddos.com

All rights reserved. No part of this book may be reproduced in any form or by any electronic or mechanical means, including information storage and retrieval systems, without written permission from the publisher, except in the case of a reviewer, who may quote brief passages embodied in critical articles or in a review.
First edition, 2025

Library and Archives Canada Cataloguing in Publication
First Picture Dictionary - Animals (English Punjabi Bilingual edition)
ISBN: 978-1-83416-720-6 paperback
ISBN: 978-1-83416-721-3 hardcover
ISBN: 978-1-83416-719-0 eBook

Wild Animals
ਜੰਗਲੀ ਜਾਨਵਰ

Lion
ਸ਼ੇਰ

Tiger
ਬਾਘ

Giraffe
ਜਿਰਾਫ਼

◆ *A giraffe is the tallest animal on land.*
◆ ਜਿਰਾਫ਼ ਧਰਤੀ ਉੱਤੇ ਸਭ ਤੋਂ ਉੱਚਾ ਜਾਨਵਰ ਹੈ।

Elephant
ਹਾਥੀ

Monkey
ਬਾਂਦਰ

Bear

ਰਿੱਛ

Kangaroo

ਕੰਗਾਰੂ

Crocodile

ਮਗਰਮੱਛ

Camel

ਊਠ

Zebra

ਜ਼ੀਬਰਾ

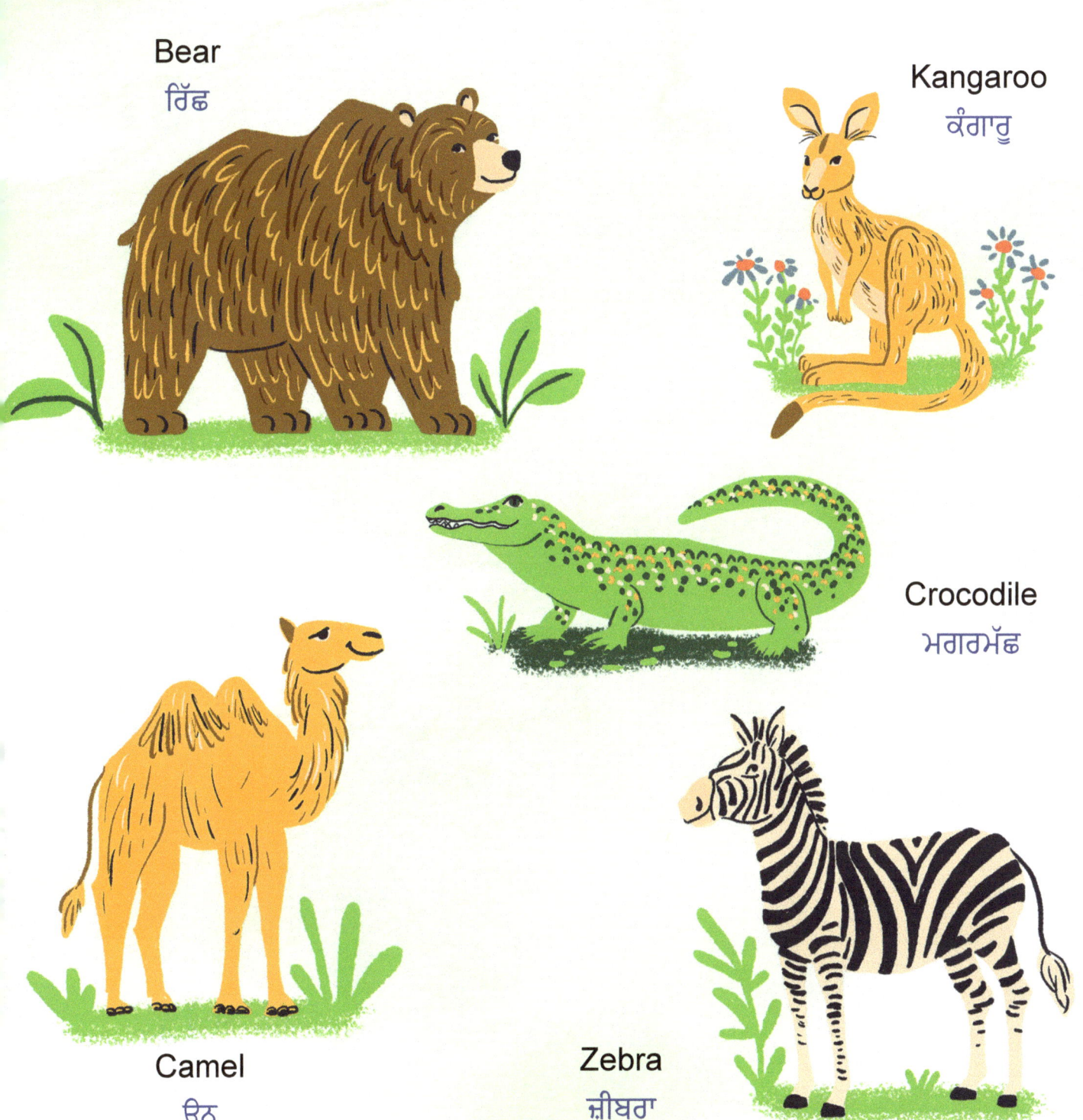

Wild Animals
ਜੰਗਲੀ ਜਾਨਵਰ

Hippopotamus
ਦਰਿਆਈ ਘੋੜਾ

Panda
ਪਾਂਡਾ

Fox
ਲੂੰਬੜੀ

Rhino
ਗੈਂਡਾ

Deer
ਹਿਰਣ

Moose
ਮੂਜ਼

Wolf
ਭੇੜੀਆ

✦ *A moose is a great swimmer and can dive underwater to eat plants!*

✦ ਮੂਜ਼ ਬਹੁਤ ਵਧੀਆ ਤੈਰਾਕ ਹੈ ਅਤੇ ਪਾਣੀ ਦੇ ਹੇਠਾਂ ਪੌਦੇ ਖਾਣ ਲਈ ਡੁੱਬ ਸਕਦਾ ਹੈ !

Squirrel
ਗਿਲਹਿਰੀ

Koala
ਕੋਆਲਾ

✦ *A squirrel hides nuts for winter, but sometimes forgets where it put them!*

✦ ਗਿਲਹਿਰੀ ਸਰਦੀ ਲਈ ਬਦਾਮ ਲੁਕਾਂਦੀ ਹੈ, ਪਰ ਕਈ ਵਾਰ ਭੁੱਲ ਜਾਂਦੀ ਹੈ ਕਿ ਉਹਨਾਂ ਨੂੰ ਕਿੱਥੇ ਰੱਖਿਆ ਸੀ !

Gorilla
ਗੋਰਿਲਾ

Pets
ਪਾਲਤੂ ਜਾਨਵਰ

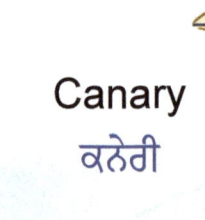

Canary
ਕਨੇਰੀ

Guinea Pig
ਗਿਨੀ ਪਿੱਗ

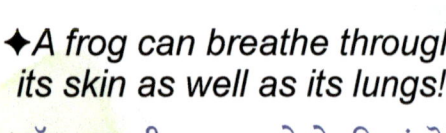

✦ *A frog can breathe through its skin as well as its lungs!*

✦ ਡੱਡੂ ਆਪਣੀ ਤਵਚਾ ਅਤੇ ਫੇਫੜਿਆਂ ਦੋਨੋਂ ਨਾਲ ਸਾਹ ਲੈ ਸਕਦਾ ਹੈ!

Frog
ਡੱਡੂ

Hamster
ਹੈਮਸਟਰ

Goldfish
ਸੁਨਹਿਰੀ ਮੱਛੀ

Dog
ਕੁੱਤਾ

✦ *Some parrots can copy words and even laugh like a human!*

✦ ਕੁਝ ਤੋਤੇ ਸ਼ਬਦਾਂ ਦੀ ਨਕਲ ਕਰ ਸਕਦੇ ਹਨ ਅਤੇ ਇਨਸਾਨ ਵਾਂਗ ਹੱਸ ਵੀ ਸਕਦੇ ਹਨ!

Cat
ਬਿੱਲੀ

Parrot
ਤੋਤਾ

Animals at the Farm
ਖੇਤ ਦੇ ਜਾਨਵਰ

Cow
ਗਾਂ

Chicken
ਕੁੱਕੜੀ

Duck
ਬੱਤਖ਼

Sheep
ਭੇਡ

Horse
ਘੋੜਾ

Pig

ਸੂਰ

Rabbit

ਖਰਗੋਸ਼

Llama

ਲਾਮਾ

✦*A goat can climb steep rocks and even trees!*

✦ਬੱਕਰੀ ਖੜੇ ਪੱਥਰਾਂ ਅਤੇ ਇੱਥੋਂ ਤਕ ਕਿ ਦਰੱਖਤਾਂ ‘ਤੇ ਵੀ ਚੜ੍ਹ ਸਕਦੀ ਹੈ!

Goat

ਬੱਕਰੀ

Peacock

ਮੋਰ

Turkey

ਟਰਕੀ

Animals in Water
ਪਾਣੀ ਵਿੱਚ ਰਹਿਣ ਵਾਲੇ ਜਾਨਵਰ

Coral
ਪ੍ਰਵਾਲ

Octopus
ਅੱਠਭੁਜ

Dolphin
ਡੋਲਫ਼ਿਨ

✦*An octopus has three hearts and can change colors to hide!*

✦ਅੱਠਭੁਜ ਦੇ ਤਿੰਨ ਦਿਲ ਹੁੰਦੇ ਹਨ ਅਤੇ ਉਹ ਲੁਕਣ ਲਈ ਆਪਣਾ ਰੰਗ ਬਦਲ ਸਕਦਾ ਹੈ!

Jellyfish
ਜੈਲੀਫ਼ਿਸ਼

Seahorse
ਸਮੁੰਦਰੀ ਘੋੜਾ

Shark
ਸ਼ਾਰਕ

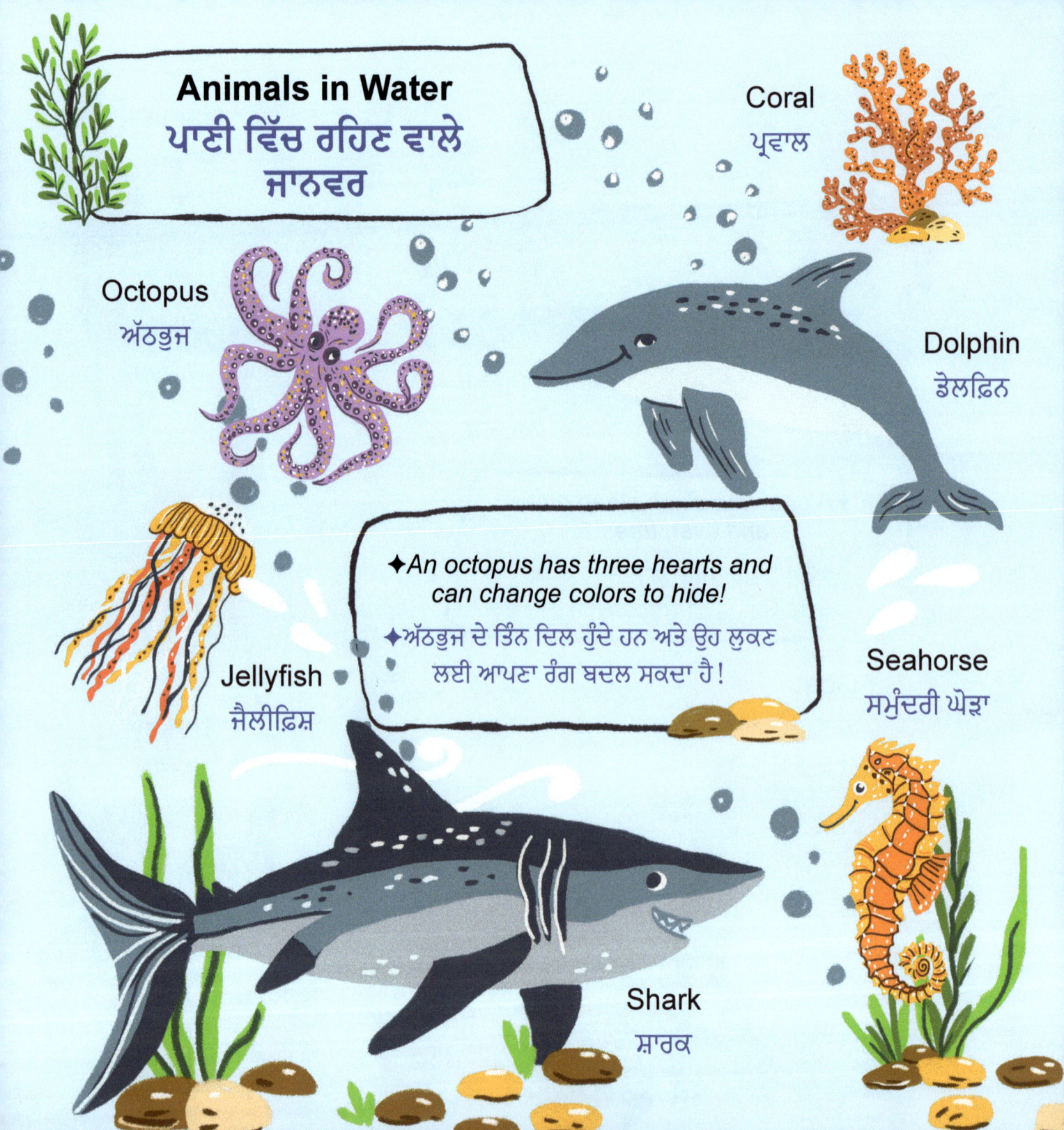

Lobster

ਲੋਬਸਟਰ

Walrus

ਵੌਲਰਸ

✦*A lobster has blue blood.*

✦ਲੋਬਸਟਰ ਦਾ ਖੂਨ ਨੀਲਾ ਹੁੰਦਾ ਹੈ।

✦*A seal can hold its breath for 30 minutes while diving underwater!*

✦ਸੀਲ ਪਾਣੀ ਦੇ ਹੇਠਾਂ ਡੁੱਬਣ ਸਮੇਂ 30 ਮਿੰਟ ਤੱਕ ਸਾਹ ਰੋਕ ਸਕਦੀ ਹੈ!

Seal

ਸੀਲ

Crab

ਕੇਕੜਾ

Animals in the Sky
ਆਕਾਸ਼ ਵਿੱਚ ਰਹਿਣ ਵਾਲੇ ਜਾਨਵਰ

Seagull
ਸਮੁੰਦਰੀ ਚਿੜੀ

Woodpecker
ਕੁਠਖੋਦ

✦*A hawk can spot a tiny mouse from high up in the sky!*

✦ਬਾਜ ਆਸਮਾਨ ਦੀਆਂ ਉੱਚਾਈਆਂ ਤੋਂ ਵੀ ਇੱਕ ਛੋਟੀ ਚੂਹੀ ਨੂੰ ਦੇਖ ਸਕਦਾ ਹੈ !

Eagle
ਚੀਲ

Pigeon
ਕਬੂਤਰ

Hawk
ਬਾਜ

Mosquito
ਮੱਛਰ

Dragonfly
ਵੱਡੀ ਤਿਤਲੀ

✦ *A dragonfly was one of the first insects on Earth, even before dinosaurs!*
✦ ਡ੍ਰੈਗਨਫਲਾਈ ਧਰਤੀ 'ਤੇ ਸਭ ਤੋਂ ਪਹਿਲੀਆਂ ਕੀਟਾਂ ਵਿੱਚੋਂ ਇੱਕ ਸੀ, ਡਾਇਨਾਸੋਰਾਂ ਤੋਂ ਵੀ ਪਹਿਲਾਂ !

Bee
ਮੱਖੀ

Butterfly
ਤਿਤਲੀ

Ladybug
ਲੇਡੀ-ਬਗ

Animals on Land
ਧਰਤੀ ‘ਤੇ ਰਹਿਣ ਵਾਲੇ ਜਾਨਵਰ

Grasshopper
ਟਿੱਡਾ

Snake
ਸੱਪ

✦*A snake smells with its tongue instead of its nose!*

✦ਸੱਪ ਆਪਣੀ ਨੱਕ ਦੀ ਬਜਾਏ ਆਪਣੀ ਜੀਭ ਨਾਲ ਸੁੰਘਦਾ ਹੈ !

Anteater
ਚੀਟੀਖੋਰ

Caterpillar
ਇੱਲੀ

Worm
ਕੀੜਾ

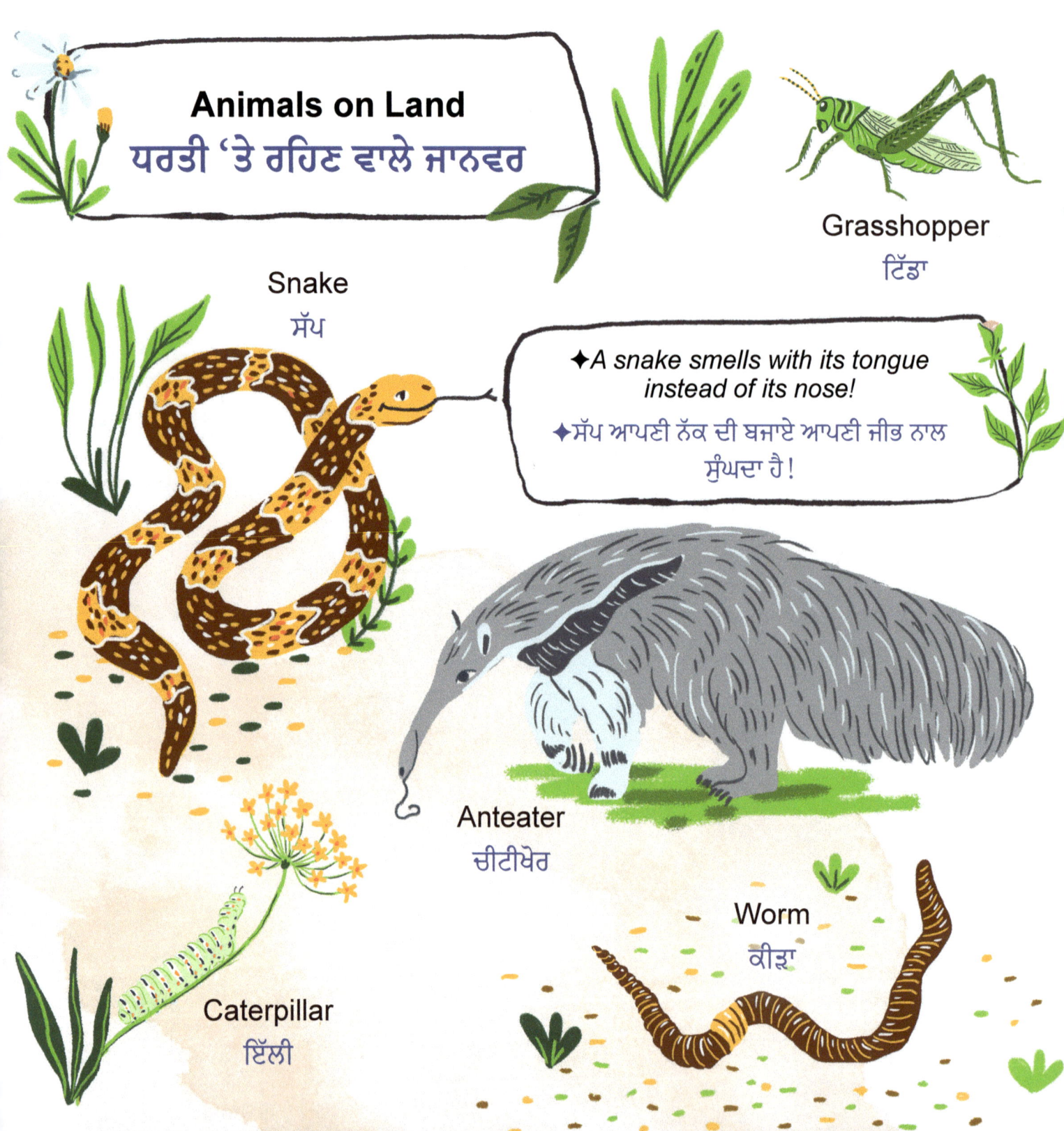

Badger

ਬੇਜਰ

Porcupine

ਸਾਹੀ

Groundhog

ਮਾਰਮੋਟ

✦*A lizard can grow a new tail if it loses one!*

✦ਛਿਪਕਲੀ ਆਪਣੀ ਪੁੱਛ ਖੋਣ ‘ਤੇ ਨਵੀਂ ਪੁੱਛ ਉਗਾ ਸਕਦੀ ਹੈ!

Lizard

ਛਿਪਕਲੀ

Ant

ਕੀੜੀ

Magical Animals
ਜਾਦੂਈ ਜਾਨਵਰ

Unicorn
ਇਕਸਿੰਗੀ ਘੋੜਾ

Pegasus
ਪੈਗਾਸਸ

Dragon
ਅਜਗਰ

Mermaid
ਜਲਪਰੀ

Wild Cats
ਜੰਗਲੀ ਬਿਲੀਆਂ

Puma
ਪੂਮਾ

Lion
ਸ਼ੇਰ

Cheetah
ਚੀਤਾ

✦*A cheetah is the fastest animal on land.*

✦ਚੀਤਾ ਧਰਤੀ ‘ਤੇ ਸਭ ਤੋਂ ਤੇਜ਼ ਜਾਨਵਰ ਹੈ।

Lynx
ਲਿੰਕਸ

Panther
ਪੈਂਥਰ

Big Animals
ਵੱਡੇ ਜਾਨਵਰ

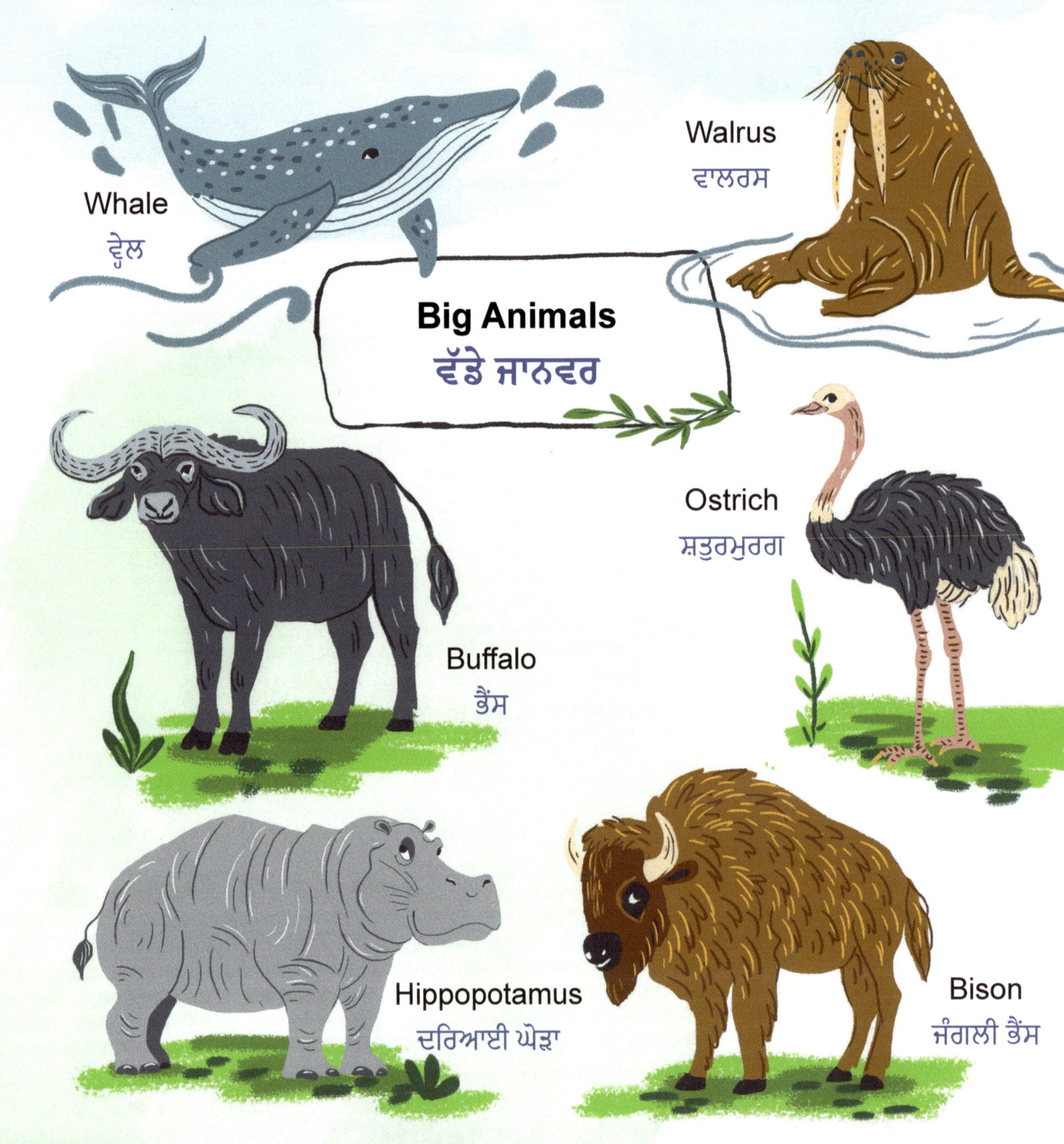

Small Animals
ਛੋਟੇ ਜਾਨਵਰ

Chameleon
ਗਿਰਗਿੱਟ

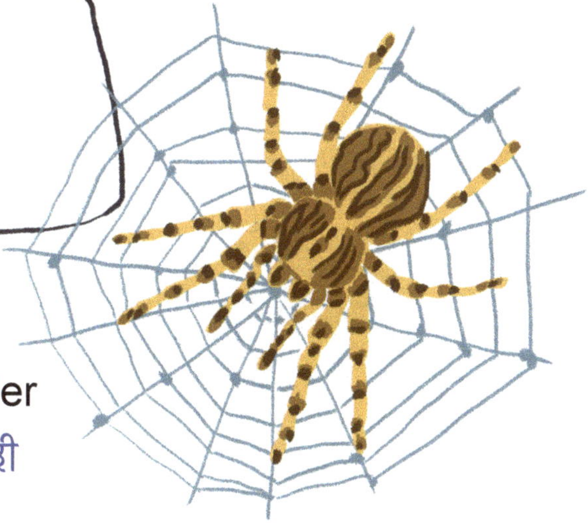

Spider
ਮਕੜੀ

- *An ostrich is the biggest bird, but it cannot fly!*
- ਸ਼ਤੁਰਮੁਰਗ ਸਭ ਤੋਂ ਵੱਡਾ ਪੰਛੀ ਹੈ, ਪਰ ਇਹ ਉੱਡ ਨਹੀਂ ਸਕਦਾ!

Bee
ਮੱਖੀ

- *A snail carries its home on its back and moves very slowly.*
- ਘੋਂਘਾ ਆਪਣਾ ਘਰ ਆਪਣੀ ਪਿੱਠ 'ਤੇ ਲਿਜਾਂਦਾ ਹੈ ਅਤੇ ਬਹੁਤ ਹੌਲੀ ਚਲਦਾ ਹੈ।

Snail
ਘੋਂਘਾ

Mouse
ਚੂਹਾ

Quiet Animals
ਸ਼ਾਂਤ ਜਾਨਵਰ

Ladybug
ਲੇਡੀਬਗ

Turtle
ਕੱਛੂਆ

✦ *A turtle can live both on land and in water.*
✦ ਕੱਛੂਆ ਧਰਤੀ ਤੇ ਵੀ ਅਤੇ ਪਾਣੀ ਵਿੱਚ ਵੀ ਰਹਿ ਸਕਦਾ ਹੈ।

Fish
ਮੱਛੀ

Lizard
ਛਿਪਕਲੀ

Loud Animals
ਸ਼ੋਰ ਕਰਨ ਵਾਲੇ ਜਾਨਵਰ

Donkey
ਖੋਤਾ

Rooster
ਕੁੱਕੜ

Frog
ਡੱਡੂ

Wolf
ਭੇੜੀਆ

Hyena
ਲੱਕੜਬੱਗਾ

Polar Animals
ਧ੍ਰੁਵੀ ਜਾਨਵਰ

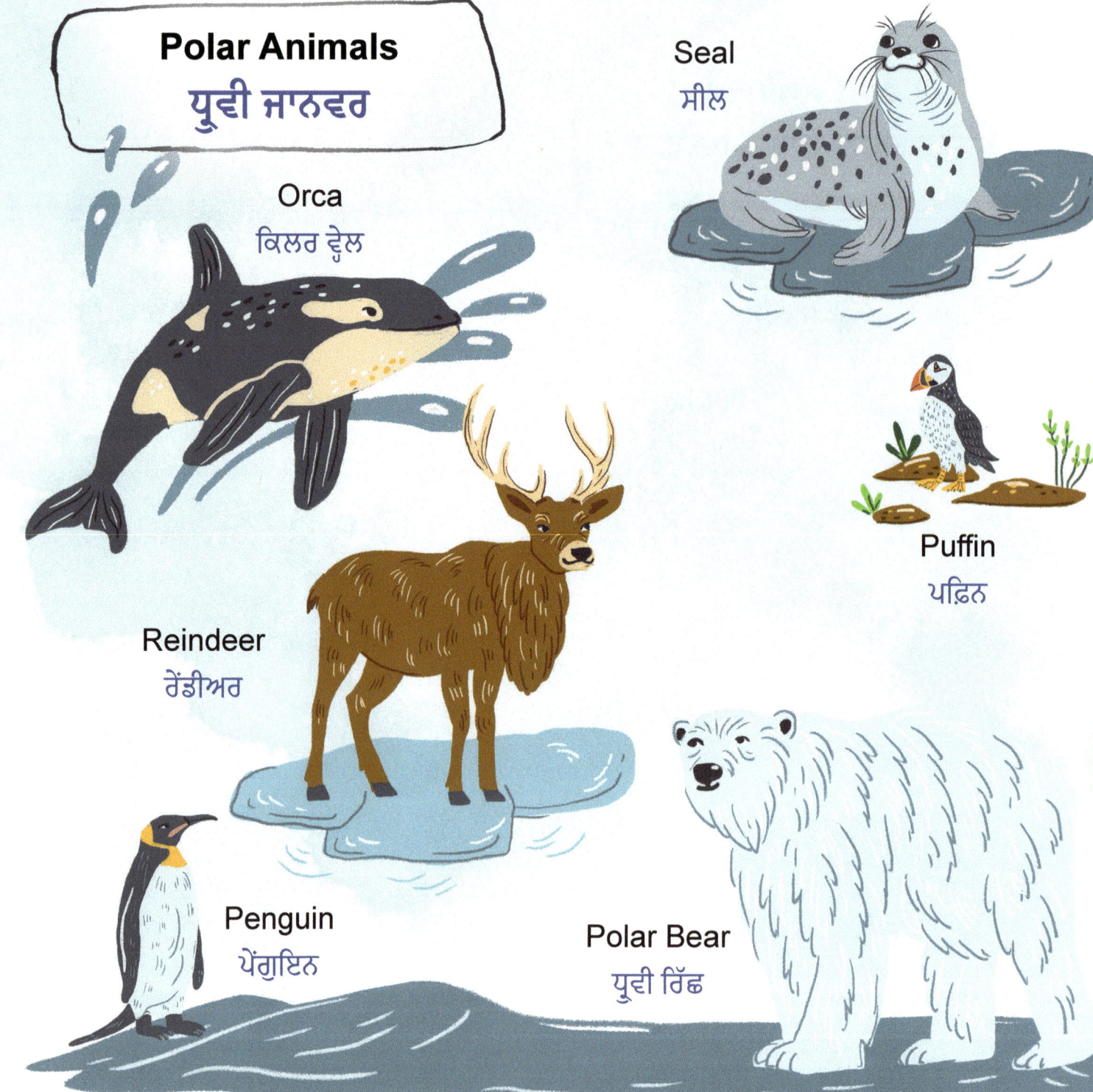

Jungle Animals
ਜੰਗਲ ਦੇ ਜਾਨਵਰ

Orangutan
ਓਰੰਗੂਟਾਂ

Panther
ਪੈਂਥਰ

Toucan
ਟੂਕਨ

Gorilla
ਗੋਰਿਲਾ

Iguana
ਇਗੁਆਨਾ

Anaconda
ਐਨਾਕੋਂਡਾ

Sloth
ਆਲਸੀ ਜਾਨਵਰ

Nighttime Animals
ਰਾਤ ਨੂੰ ਸਰਗਰਮ ਜਾਨਵਰ

Firefly

ਜੁਗਨੂ

Badger

ਬੇਜਰ

Kiwi Bird

ਕੀਵੀ ਪੰਛੀ

Leopard

ਤੇਂਦੂਆ

Hedgehog

ਸਾਹੀ

Owl
ਉੱਲੂ

Bat
ਚਮਗਾਦੜ

✦An owl hunts at night and uses its hearing to find food!

✦ਉੱਲੂ ਰਾਤ ਨੂੰ ਸ਼ਿਕਾਰ ਕਰਦਾ ਹੈ ਅਤੇ ਖਾਣਾ ਲੱਭਣ ਲਈ ਆਪਣੀ ਸੁਣਨ ਦੀ ਸਮਰੱਥਾ ਵਰਤਦਾ ਹੈ !

✦A firefly glows at night to find other fireflies.

✦ਜੁਗਨੂ ਰਾਤ ਨੂੰ ਚਮਕਦਾ ਹੈ ਤਾਂ ਜੋ ਹੋਰ ਜੁਗਨੂਆਂ ਨੂੰ ਲੱਭ ਸਕੇ ।

Raccoon
ਰੈਕੂਨ

Tarantula
ਟੈਰੈਂਟੂਲਾ

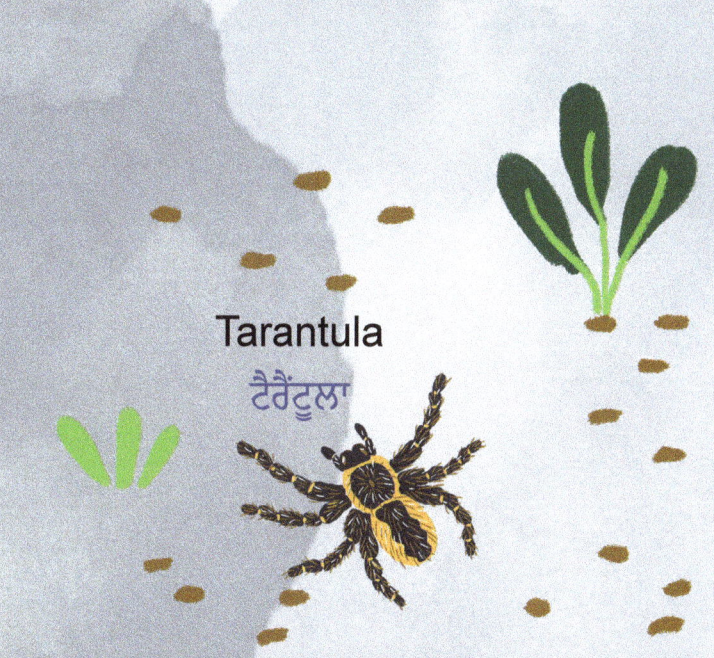

Colorful Animals
ਰੰਗ-ਬਿਰੰਗੇ ਜਾਨਵਰ

A flamingo is pink
ਫ਼ਲੇਮਿੰਗੋ ਗੁਲਾਬੀ ਹੁੰਦਾ ਹੈ

An owl is brown
ਉੱਲੂ ਭੂਰਾ ਹੁੰਦਾ ਹੈ

A swan is white
ਹੰਸ ਚਿੱਟਾ ਹੁੰਦਾ ਹੈ

An octopus is purple
ਅੱਠਭੁਜ ਜਾਮਨੀ ਹੁੰਦਾ ਹੈ

A frog is green
ਡੱਡੂ ਹਰਾ ਹੁੰਦਾ ਹੈ

✦ A frog is green, so it can hide among the leaves.

✦ ਡੱਡੂ ਹਰਾ ਹੁੰਦਾ ਹੈ, ਇਸ ਲਈ ਉਹ ਪੱਤਿਆਂ ਵਿਚ ਲੁਕ ਸਕਦਾ ਹੈ।

A polar bear is white

ਧ੍ਰੁਵੀ ਰਿੱਛ ਚਿੱਟਾ ਹੁੰਦਾ ਹੈ

A fox is orange

ਲੂੰਬੜੀ ਸੰਤਰੀ ਹੁੰਦੀ ਹੈ

A koala is grey

ਕੋਆਲਾ ਸਲੇਟੀ ਹੁੰਦਾ ਹੈ

A panther is black

ਪੈਂਥਰ ਕਾਲਾ ਹੁੰਦਾ ਹੈ

A chick is yellow

ਚੂਜ਼ਾ ਪੀਲਾ ਹੁੰਦਾ ਹੈ

Animals and Their Babies
ਜਾਨਵਰ ਅਤੇ ਉਹਨਾਂ ਦੇ ਬੱਚੇ

Cow and Calf
ਗਾਂ ਅਤੇ ਬੱਛਾ

Cat and Kitten
ਬਿੱਲੀ ਅਤੇ ਬਿੱਲੀ ਦਾ ਬੱਚਾ

✦ A chick talks to its mother even before it hatches.
✦ ਚੂਜ਼ਾ ਅੰਡੇ ਤੋਂ ਨਿਕਲਣ ਤੋਂ ਪਹਿਲਾਂ ਹੀ ਆਪਣੀ ਮਾਂ ਨਾਲ "ਗੱਲਾਂ" ਕਰਦਾ ਹੈ।

Chicken and Chick
ਕੁੱਕੜੀ ਅਤੇ ਚੂਜ਼ਾ

Dog and Puppy
ਕੁੱਤਾ ਅਤੇ ਪਿੱਲਾ

Butterfly and Caterpillar
ਤਿਤਲੀ ਅਤੇ ਇੱਲੀ

Sheep and Lamb
ਭੇਡ ਅਤੇ ਮੇਮਣਾ

Horse and Foal
ਘੋੜਾ ਅਤੇ ਘੋੜੇ ਦਾ ਬੱਚਾ

Pig and Piglet
ਸੂਰ ਅਤੇ ਸੂਰ ਦਾ ਬੱਚਾ

Goat and Kid
ਬੱਕਰੀ ਅਤੇ ਬੱਕਰੀ ਦਾ ਬੱਚਾ

www.ingramcontent.com/pod-product-compliance
Lightning Source LLC
LaVergne TN
LVHW070118080526
838200LV00079B/4765